Sio Kile Nilichotarajia

*Wakati Maisha Yasipobadilika Kama Ulivyotarajia
Mafunzo Kutoka Kitabu Cha Kutoka 16:3*

F. Wayne Mac Leod

Light To My Path Book Distribution
Sydney Mines, Nova Scotia, CANADA

SIO KILE NILICHOTARAJIA

Haki ya kunakiri ©2017 na F. Wayne Mac Leod

Haki zote zimehifadhiwa. Hakuna sehemu ya Kitabu hiki aweza kuzalishwa au kusambazwa kwa namna yoyote ile bila idhini ya mwandishi.

Biblia takatifu, Toleo la English Standard Version {ESV}

Toleo la ©2001 na Crossway, Wachapishaji wa Huduma ya uchapishaji wa Habari njema

Haki zote zimehifadhiwa. Toleo la ESV, 2007

Shukrani maalum ziwaendee Diane Mac Leod kwa kuhariri kitabu hiki.

Yaliyomo

Utangulizi 5
Sura ya 1 - Mazingira Ambamo Jambo Lilitokea 7
Sura ya 2 - Maisha Sio Rahisi 13
Sura ya 3 - Mwili Usioridhika 19
Sura ya 4 Makali Ya Uponyaji 25
Sura ya 5 - Watu Katika Maisha Yangu 31
Sura ya 6 - Imani Kwenye Malengo Ya Mungu 39
Sura ya 7 - Hitimisho No Matumizi 45

Utangulizi

Kama sisi wenyewe tumekuwa waaminifu, maisha daima hayakuweza kubadilika kama tulivyotarajia. Kama vijana tuliyafikiria maisha kwa tamaa na mahaba makubwa. Simulizi la kawaida ambalo lingekuwa maisha yetu, Hata hivyo, hii iligubikwa na hali halisi. Maisha yana njia zinazotuleta sisi kwa kutushtukiza na kubadilisha mwelekeo juu yetu.

Taifa la israel pia lilikuwa na wazo la namna ambavyo uhuru wao ungekuwa kutokana na kifungo chao cha utumwa kutoka nchi ya Misri. Walikuwa na mawazo yao kuhusiana na Mungu atafanya nini juu yao. Badala yake waliishia katika uovu na kutangatanga bila ya kujua mlo wao unaofuata ungetoka wapi. Walikabiliana na yasiyotabirika, matatizo na kukatishwa tamaa. Haya mambo si yale waliyokuwa wameyategemea. Hili lilikuwa si lengo lao la uhuru.

Kutoka 16:3 ni mstari rahisi ambao unayo mengi ya kutuambia kuhusiana na tabia ya Wana wa Israel kwa Mungu na msimamo wao. Nje ya hili, hata hivyo, Kuna fundisho la nguvu sana kwetu kwa kadri tunavyokabiliana na kukatishwa tama katika safari ya maisha. Mstari huu unatupatia sisi changamoto kumuamini Mungu ambaye hutuongoza sisi hatua kwa hatua kupitia mabonde haya.

Nimekuwa nikibarikiwa kwa kadri nilivyoongozwa na Bwana kuandika kuhusiana na mstari huu. Ninamshukuru sana Bwana kwa kuniongoza kwenye aya hii ya maandiko na kunipa macho ya kuuona ukweli wakati nikitapatapa kama kipofu kwenye mradi huu. Amini kuwa mstari huu utakufungua na wewe kwa njia ambayo itakubariki na kukutia moyo katika nyakati ambazo maisha yako yamekuwa hayageuki kwa namna usiyotegemea.

Mungu Akubariki,

F. Wayne Mac Leod

Sura ya 1 - Mazingira Ambamo Jambo Lilitokea

V:2 Na mkutano mzima wa wana wa Israel ukawanung'unikia Musa na Haruni katika uovu wao, V:3 Wana wa Israel wakamwambia, laiti tungelikufa kwa mkono wa BWANA ka tika nchi ya Misri, hapo tulipoketi karibu na zile sufuria za nyama, tulipokula vyakula hata kushiba kwani mmetutoa huko na kututia katika bara hii, ili kutuua kwa njaa kusanyiko hili lote {Kutoka 16}

Kwa ajili ya kujifunza, ningekutaka uweze kuangalia katika mistari hii miwili ya maandiko. Na hasa, Uweze kuangalia tabia za wana wa Israel kumwelekea Mungu na vipaumbele vyao katika maisha, Kwa kuwa mkweli, Wakati Mungu aliponiongoza kwenye aya hii sikuwa nimejua ni nini ambacho Mungu alitaka kuona kilichokuwa ndani yake. Kwa kadri nilivyochukua muda kuitafakari. Niligundua bayana kuwa kifungu hiki kinaangalia kwa undani kwenye mioyo na nafsi za wana wa Taifa la Israel. Kama tutamwacha Mungu azungumze nasi kupitia hiki kifungu, kitajidhihirisha kwenye mioyo na nafsi zetu pia.

Kabla ya kuendelea na mistari yenyewe. Hebu na tuangalie mazingira ambamo kifungu hiki kama kilivyoandikwa. Kutoka 2:23 inaelezea hali halisi ya wana wa Israel walivyojikuta wakati huo:

23 Hata baada ya siku zile nyingi mfalme wa Misri akafa, wana wa Israel wakaugua kwa sababu ya ule utumwa, wakalia kilio kwa ajili ya kutaka msaada. Kilio chao kwa ajili ya msaada kutoka utumwani kilitoka kwa Mungu {Kutoka 2}

Nyakati hizi zilikuwa nyakati ngumu sana kwa wana wa Israel. Walikuwa wameachiliwa utumwani katika nchi ya Misri. Angalia jinsi mstari wa Kutoka 2:23 inasema kwamba, watu wakamnung'ukia kwa sababu ya utumwa. Hali ya utumwa ilikuwa uzoefu wenye uchungu Kutoka 3 inaelezea jinsi gani wana wa Israel walivyo lazimishwa kukusanya mabaki na maozea ya mimea kwa ajili ya kutengenezea matofari ya kujengea miradi ya Farao. Wanyampara waliwekwa kuwasukuma watu hawa ili wakamilishe idadi ya matofari kwa ajili ya lengo la kila mtu kwa siku. Kama lengo lisingekamilika kwa siku hiyo kwa mtumwa kutengeneza tofari, wanyampara hawa walipigwa bakora na wasimamizi wa Farao. {Angalia Kutoka 5:13-14} tunaweza kufikiria kwamba kama hawa manyampara waliweza kupigwa kwa kutozalisha kota inayohitajika ya matofali ya siku, Hivyo ni lazima watakuwa wana wasukuma watu walio chini yao kufanya kazi kwa bidii kubwa. Hali hii ikaanza kuwa haipendezikiasi kwamba Mungu akalazimika kumtuma Musa, Watu hawakutaka kumsikiliza kwa sababu ile mioyo yao iliyokuwa imevunjika.

V: 9 Musa akawaambia wana wa Israel, lakini hawakumsikiliza Musa, Kwa ajili ya uchungu wa Moyo na kwa ajili ya utumwa wao mgumu. {Kutoka 6}

Mungu alimtuma mtumishi wake Musa na Haruni, kuwaokoa wana wa Israel kutokaa na kukandamizwa kuliko kuwa kunatisha. Kutoka 7-12 inaelezea kwa undani kile kilichokuwa kinatokea katika ardhi ya Misri kwa namna ambayo Mungu alijisogeza kwa niaba ya watu wake. Mapigo kumi yalitolewa kwa wana wa Israel. Mapigo hayo yaliharibu ardhi na mimea, na kufanya yasiyo wezekana kwa wana wa Israel na kuelekezea vifo kwa kila mzaliwa wa kwanza wa kila familia katika Taifa Ni wana Israel pekee ndio walioruhusiwa kuihama ardhi yao ya utumwani Kadri wana wa Mungu walivyondoka, Wamisri, walifurahi kuwaona wakienda. Waliwamwagia utajiri {angalia Kutoka 12:33-36}. Bwana akawatangulia wana wa Israel kupita ndani la wingu la mfano wanguzo mchana na usiku ndani ya nguzo ya moto haikuwa rahisi hadi Farao aamue kuwaruhusu wana Israel kuondoka. Alikusanya jeshi lake, akalipeleka jangwani. Aliwaweka katika sehemu ambayo hawawezi kutoroka. Lakini Mungu alifungua mlango kupitia Bahari ya shamu. Wakati jeshi la Misri likiwashawishi, Mungu aliwapeleka kwenye Bahari {Kutoka 14}. Kuna orodha ndefu ya maelezo ambayo ninaweza kuyaweka kwenye utangulizi huu. Katika siku hizo Mungu alijidhihirisha kwa namna maalum kwa wana wa Israel. Kuna vitu sita ambavyo wana wa Israel walimwona Mungu akifanya kwa wakati huo:

Kwanza, Wana wa Israel walimwona Mungu akijibu maombi yao. Walimlilia Mungu kwenye shida zao na Bwana alisikia kilio chao. Alizungumza na Musa na kumleta Misri ili awe mkombozi wa watu wake. Alimwona Mungu akijibu maombi kwa kumleta Musa na Haruni kwa niaba yao.

Pili, Wana wa Israel walimwona Mungu akilihukumu Taifa ambalo liliwapeleka wao utumwani. Mungu mwenye uwezo wa Israel, kwa kujibu maombi yao, ailikuja kama kinga yao ailiizuia Misri kwenye maangamizi, uharibifu wa mazao yao na kuuwawa kwa mzaliwa wa kwanza mwanaume. Ninauhakika kuwa Israel waliona na kwa hisia waliiona hasira ya Mungu kwa niaba yao.

Tatu, wana wa Israel wa; imwona Mungu wakiwaacha huru kutoka nchi ya utumwani ambayo huko nyumabhawakuwa na mawazo ya kujiondoa katika sehemu hiyo. Walikuwa wamejituliza katika akili zao hali hiyo ingewakabili katika maisha yao nah ii wangeishi au kufia humo. Mungu alibadilisha hiyo, hata hivyo, Aliwaweka huru kutoka kwenye nchi ya utumwani ya Misri na kuwapa maisha mapya yaliyokamilika na yaliyo huru chini yake.

Nne, Taifa la Israel lilimwona Mungu akitoa mahitaji yao yote. Wakati wakitoka nchi ya utumwani, waliwaomba Wa Misri kwa ajili ya mahitaji yao. Mungu aliwapa upendeleo kwa Wa Misri na walipewa kwa ukarimu kiasi kwamba hawa maskini waliweza kupatiwa mahitaji yao yote waliyoyahitaji katika safari ya jangwani. Hiki ni kitu ambacho hawakuwa wamekiota kama kingetokea. Kwa jinsi gani wangeongezewa thamani kwa maadui zao, hii ilikuwa kazi ya Mungu.

Tano, Watu wa Mungu walimwona Mungu akiwaongoza hatua kwa hatua kupitia jangwani, mbele yao kila siku kulikuwa na nguzo ya wingu na moto katika wingu. Kitu walichotakiwa kufanya ni kuifuata hiyo nguzo. Jangwa lilikuwa sehemu kubwa sana na hawakujua ni wapi walikuwa wanaelekea. Mungu, hata hivyo, Hakuwacha. Watu wa Mungu walimwangalia Mungu aliyewaongoza kila siku. Waliujua uwepo wake na mwelekeo kila hatua ya njia. Mwisho, Wana wa Israel walimwona Mungu akiwa waking. Wakati jeshoi la Misri likifanya mashambulizi na kuwakuta katika Bahari ay shamu. Mungu aliifungua Bahari katika namna ya muujiza. Aliwaruhusu watu wake kupita katika nchi kavu, Lakini Wamisri walipofuata aliwangamiza wote katika Bahari ya shamu. Walitambua hili kuwa Mungu wao atawakinga na kuwatunza njia yote.

Ni wazi na dhahiri kuwa kwa kadri tunavyoiangalia Kutoka 16 kwamba Mungu alijidhihirisha kwa wana wa Israel katika namna ya kipekee sana. Hakuna shaka kabisa kuwa Mungu ndiye aliyekuja kuwa kinga yao na ailijibu maombi yao katika namna ambayo hawakuwa wameifikiria. Alijithibitisha kuwa yeye ni Mungu mwenye haki anaye toa. Aliwakinga na kuwaangalia watu wake. Wakati hali hii hakuna aliyeikataa, Kwa mara nyingi, Hata hivyo, mrejesho wao kutokana na huo ukweli ilikuwa si vile ilivyopaswa kuwa. Tumekuwa tukijikuta hata sisi wenyewe katika hali kama hiyo ambapo mwelekeo wetu kwa MUNGU sio ule uliotakiwa kuwa. Katika mafunzo ya sura chache zijazo tutaangalia ukubalifu wa watu wa Mungu kwa maisha haya mapya ya uhuru chini ya Mungu:

Kwa kufikiria

- Kuna uthibitisho gani unaoonyesha kuwa watumwa wa Israel huko Misri walipata ukatiri mkubwa?

- Ni kwa namna ipi ambayo Mungu aliwaokoa watu wake? Ni nini Kazi ya Mungu kwa niaba yao inavyo fundisha Israel kuhusu Mungu na kusudi lake katika Maisha yao?

- Ni jinsi gani Mungu amejidhihirisha kwako wewe? Ni fundisho gani kuu ambalo amekuwa akikufundisha kuhusiana na yeye mwenyewe na makusudi yake katika maisha yako?

Kwa maombi:

- Chukua muda mfupi kufikiria mambo mazuri ya Mungu juu yako, Mshukuru yeye kwa jinsi alivyokuongoza na kukulinda na kukutunza.

- Muulize Bwana akusaidie kujifunza somo analotaka wewe kujifunza kupitia mazingira anayokuwa akiyaleta kwenye njia zako.

- Muulize Mungu ili akufundishe kuwa mnyenyekevu kwake na kumwamini katika kila jambo.

Sura ya 2 - Maisha Sio Rahisi

3 Tungelikufa kweli...kama tungelikaana zile sufuria za nyama na kula mikate na kushiba" {Kutoka 16}

Watu wa Mungu walikuwa katika jangwa sasa kwa takribani miezi miwili sasa {Kutoka16:1}. Ilikuwa inaelekea kuwa hofu ya kuachwa huru kutoka nchi ya utumwani ilikuwa ikiwaacha. Hali ya jangwa haikuwa nzuri sana kwao. Upungufu wa chakula ilikuwa ni miongoni mwa mambo waliyo yashughulikia kwa wakati huo. Kile walichokuwa wamechua wakati wa mwanzo wa safari kilikuwa kimekwisha kutumika na watu walianza kuhangaika ni wapi watapata tena chakula kinachofuata.

Wakati matumbo yao yakianza kuwa tupu kwa njaa, watu walianza kuwa na hofu ya kile kitakachokwenda kutokea, na hali hii itawafanya kuwa na njaa na uchungu. Kwa njaa zao, siku moja walikuja kwa Musa na Haruni na kusema, tungelikufa kweli, kama tungelikaa na zile sufuria na kula mikate na kushiba" {Kutoka 16:3}. Tamko hili linadhihirisha kitu flani kuhusiana na watu wa Israel na tabia zao uelekea maisha kwa kawaida. Je, watu hawa walikuwa wakisema nini kwa viongozi wao siku hiyo? Walikuwa wakisema kitu kama hiki," Afadhali tungekufa kuliko kutokaa kwenye masufuria ya nyama na kula mikate mpaka matumbo yetu yamejaa"

Kumbuka hawa ni wale waliokuwa wafungwa wakizungumza hapa. Walikuwa wame zoeleana na kazi ngumu. Kwa hakika, roho zao zilikuwa zimeharibiwa na hali ngumu ya utumwani. Huu muonjo wa uhuru, hata hivyo, ulikuwa ukiwaweka wao katika lindi la mawazo mapya. Walikuwa na mtarajio mapya kuhusiana na uhuru huu mpya walioupata mapambano au matatizo yalikuwa sio sehemu ya mawazo yao.

Waliamini kuwa kama walikuwa huru kutoka Misri, walipashwa kupata kila walichokihitaji katika maisha. Walikuwa tayari wamevumilia maisha magumu ya kutosha, kwa sasa walihitaji kufurahia maisha. Walitaka kufurahia uzuri wa maisha na kujituliza. Walihitaji kujitoshereza kwa kuwa na urahisi kwenye mfumo wa maisha, Kujitoa na kupata hali ngumu ilikuwa sio sehemu ya maisha yao ya uhuru waliouhitaji sasa na kitu kipya walichohitaji kama kama watu. Kwa kiwango kikubwa walikuwa na mategemeo maisha yao yatakuwa rahisi na ya kuridhisha kwa sababu sasa wao si watumwa tena.

Uhuru waliouhitaji ilikuwa uhuru wa kuishi kwa kujifariji. Ilikuwa uhuru wa kutoka kwenye njaa na mahitaji Walihitaji kuishi kutokana na bughudha na hofu. Walihitaji uhuru wa kuhusika wenyewe kutokana na mlo wao unaofuata. Maisha yalitakiwa yawe rahisi sasa kwani sasa wao si watumwa tena. Uhuru waliouhitaji kwa hakika ulikuwa uhuru wa kujiongoza wenyewe. Ilihusiana na wao na maisha yao ya kujiridhisha wenyewe.

Angalia kutokana na kifungu hiki kwamba walijihisi wenye nguvu sana kuhusiana na hili na walimwambia Musa na Haruni kwamba ni afadhali wafe kuliko kuishi siku nyingine kwenye shida ya mahitaji na shida zao za kila siku. Huu ni uhuru waliouhitaji, Hawakuutaka kuufanyia kitu chochote. Kama Mungu alitoa uhuru kwao wa nini walihitaji tena kupata shida? Je, Hii ilikuwa tofauti na ile hali waliyokuwa wameizoeakule Misri chini ya utumwa? Je, mawazo haya yametuondoka vichwani mwetu siku za leo?

Hebu tujaribu kufikiria kile ambacho wana Wa Israel wanachosema kwa viongozi wao hapa. Je, walikuwa hawa mwambii Musa kwamba walitegemea maisha rahisi na yenye Baraka? Kuna waamini wengi sana siku za leo ambao wanaowaza hivyo. Wanafikirikuwa wakati walipokuja kwa Yesu, Maisha yangekuwa rahisi kwao. Wakati mwingine hata katika uinjilisti huwa tunashindwa kuombea wazo hili, huwa tunawapa matumaini kuwa watapata maisha mazuri wakimpa Yesu maisha yao.

Makundi makubwa sana walimfuata Yesu alipokuwa hapa duniani. Wengi wao walimfuata kwa kile ambacho wangepata kutoka kwake. Walihitaji kitu chochote kwa ajili ya kula. Walihitaji kuponyeshwa magonjwa yao. Walimhitaji yeyeyawe Mfalme wao kusudi awakomboe na ukandamizaji wa Mamlaka za Warumi. Na kwa kiasi kidogo wakagusa upinzani, hata hivyo, waligeuka. Yesu alizungumzia aina hii ya wafuasi alipokuwa akizungumzia kuhusiana na Mpanzi aliyepanda mbegu zake kwenye mwamba na udongo usio na udongo uliosongwa. Kwa kutafsiri kwa kusanyiko Yesu alisema:

20 Kwa kile kilichopandwa katik udongo mzuri, huyu ni mtu ambaye husikia Neno na mara moja hulipokea kwa furaha, 21 hata hivyo yeye mwenyewe hana mizizi, huvumilia kwa muda tu au mateso yakiinuka kuhusiana na neno ghafla tu huanguka na kupotelea mbali. 22 Ni kama kwa wale waliopandwa kwenye miiba, huyu ni mtu ambaye husikia Neno, lakini shughili za kidunia na udanganyifu wa mali hulisonga lile Neno, na huthibitisha halizai {Mathayo 13}

Kumbuka kwamba watu hawa wlilipokea neno la Yesu kwa furaha kubwa, lakini majaribu yalipowatokea, walikimbia mbali. Hawa watu mmoja mmoja waliamini kama vile walivyokuwa wameamini wana wa Israel. Kama tutamfuata Bwana na kujua uhuru ambao anatuletea, Hivyo mambo yatakuwa mazuri kwetu. Kwa nini tumfuate Yesu kama hawezi kufanya maisha yetu yawe rahisi na mazuri na ya kuliwaza? Wana Israel walitegemea maisha rahisi na mazuri. Na kama hawatapata hayo, walihisi ni afadhali kwa wao kufa. Kama uhuru ulikuwa haufanyi maisha yao kuwa rahisi, hapakuwa na sababu za kutegemea katika kuishi kwao. Uhuru walioutegemea katika jangwa haukuwa ule walioutegemea. Kulikuwa na mapambano katika uhuru huu. Kulikuwa na hali ngumu katika uhuru huu. Mambo hayakuwa rahisi. Hayakuwa chini ya udhibiti wa hali zao. Walikuwa na maadui wa kukabialiana nao na mambo mengi yaliyowahusu. Kwa nini waukumbatie aina hii ya Uhuru?

Ni kiasi gani ilivyo rahisi kwetu kuhisi kama wana wa Israel walivyohisi. Kwa nini tuukumbatie uhusiano wetu na Kristo ambao utamaanisha kupoteza marafiki zetu? Kwa nini tuukumbatie wokovu ambao maana yake ni kuyaweka maisha yetu kwenye hatari? Kwa nini tumkumbatie Mungu ambaye atatuongoza kutoka kwenye ulinzi na kujikuta kila mmoja wetu sasa yuko kwenye maisha ya uhuru wa kawaida? Je, wokovu na uhuru wetu unatuhusu sisi na kutuliwaza au kuna kitu kikubwa zaidi? Kwa nini askari awe tayari kujitosa kwenye hatari uwanja wa mapigano? Kwa nini mama afurahie kuupoteza muda na juhudi zake kwa ajili ya familia yake? Je, kuna sababu zingine kubwa zaidi ya sisi wenyewe? Imani ya wana wa Israel katika siku za Musa zilikuwa za kibinafsi. Ilikuwa imani iliyokuwa iliyowaelekeza kwenye kiti cha enzi. Kila kitu kilihitajika kuzunguka ndani yao. Mahitaji na matamanio yao yalikuwa ndilo jukwaa lao kuu. Watu w Mungu wamesahau safari yao kubwa mno ya ajabu aliyowachukua wao. Alikuwa anawahudumia na kuwafundisha somo kwamba maisha yao daima yatakuwa yanapata mabadiliko Malengo ya mungu yalikuwa makubwa kuliko njaa waliyoihisi. Alikuwa akiumba Taifa. Alikuwa akiwaandaa kuwa taifa kubwa. Alikuwa akiwaandaa wawe watu maalumu kwa utukufu wa jina lake. Kupitia wao Mungu atajidhihirisha kwa ulimwengu.

Kama tunavyoichunguza Kutoka 16:3 tunaanza tutambua jinsi gani imani yetu inavyokuwa ndogo. Je, utamtupa Mungu ambaye hajakupa kile ulichokihitaji, wakati unakihitaji? Je utampa mgongo Mungu wako aliyekuruhusu upate changamoto na machafuko katika maisha? Je, imani yako ni yako peke yako au iko mbali kuliko haya? Je, utahitaji watu wengine wanaume na wanawake wakubwa ki imani kabla yetu kwa hiari na furaha unavumilia mateso na maumivu kupitia imani iliyoletwa kwako? Je, utakuwa na hiari kujitoa kwa Bwana Yesu? Je, Ume hiari kuyatoa maisha yako au unafanana na Esau, kwa kutoa haki ya uzaliwa wako kwa bakuri la supu ili kutimiza mahitaji yako ya muda mfupi? Je, hakuna chanzo chochote cha mateso unayoteseka kwayo?

Kwa kufikiria:

- Ni kitu gani ambacho Kutoka 16:3 inatuambia sisi kuhusiana na tabia za wana Wa Israel kuhusiana na tabia za imani na maisha?

- Kwa nini tukumbatie imani ambayo inaweza kutupelekea kwenye mateso na majaribu? Nini chanzo cha mateso halisi katika maisha?

Kwa Maombi:

- Muulize Bwana akuweke huru na ubinafsi wa kujiangalia wewe mwenyewe katika imani yako.

- Muulize Mungu akupe uelewa mzuri zaidi uliokufanya wewe uwepo, Muulize akupe shauku ya ndani zaidi kwenye sababu hii.

- Mshukuru Mungu kwa kujitoa kwake kwa niaba yako. Muulize yeye ili akusaidie wewe kuwa mwaminifu licha ya hali ngumu katika maisha.

- Je, umewahi kukabiliana na hali ngumu na majaribu kama wana wa Israel katika kifungu hiki? Muulize Mungu akupatie mahitaji yako yote na uendelee kuwa mwaminifu kwake.

Sura ya 3 -
Mwili Usioridhika

Katika nchi ya Misri, tulipokaa kwenye masufuria ya nyama na kula mikate na kushiba {Kutoka 16:3}

Katika sura zilizotangulia tumechunguza tabia ya wana wa Israel kuhusiana na uhuru mpya uliopatikana. Walitegemea hiyo katika uhuru huu mpya, maisha yawe rahisi kwao. Imani yao ilikuwa ya kibinafsi na walishindwa kuiona picha kubwa ya kile ambacho Mungu alichokuwa anafanya katika maisha yao. Kuna kitu kingine zaidi tunachohitaji kuangalia kuhusiana na Wana wa Israel ikiwemo na tabia yao kwa wakati huo. Hii inajidhihirisha katika vifungu "Katika ardhi ya Misri, tulipokaa kwenye masufuria ya nyama na kula mikate na kushiba" Wazo hapa ni kwamba walikuwa na kila kitu walichohitaji kula. Ukilinganisha na kule ambako wanapaendea sasa, maisha hapo Misri yalionekana ni ya kuvutia.

Hebu tuchukue muda kidogo kuangalia mrejesho wa taarifa hii. Maisha yalikuwaje kwa watoto wa Israel katika nchi ya Misri? Tumekwisha chunguza hii katika sura ya 1 Kutoka 2:23 inatuambia kuwa wao watu wa Israel 'Walikoroma kwa sababu ya utumwa na walilia kwa sauti wakihitaji msaada. 'Tunasoma hii katika Kutoka 6:9 Musa akawaambia wana wa Israel, lakini hawa kumsikiliza Musa kwa ajikli ya uchungu wa Moyo na kwa aliji ya utumwa mchungu.

Kutoka 1:13 Kwa ukali wao waliwatumikisha wana wa Israel kwa kufanya kazi kama watumwa Kutoka1:14 "Wakafanya maisha yao kuwa uchungu kwa kazi ngumu, kazi ya chokaa na matofali na kila namna ya kazi ya mashamba kwa kazi zote

zote waliwatumikishwa kwa ukali na kufanya kazi kama watumwa.

Utakumbuka pia maamuzi ya Farao ya kuua kila mtoto wa kiume wa wana Israel kwa kuwatupa kwenye mto Nile. Ilikuwa vipi mtu kuishi katika nchi ya Misri siku hizo? Ilimaanisha kazi ngumu. Ilimaanisha kutendewa kwa ukali na viongozi wa Kimisriina maana kumwangalia mtoto wako wa kiume akitoswa ndani ya mto Nile. Ina maana ni maisha ya kukoroma chini ya maisha magumu chini y utumwa. Inamaana kwenda kufanya kazi kila siku na moyo uliovunjika. Katika kuvunjika moyo watu walimlilia Mungu kwa ajili ya msaada na ukombozi {Kutoka 2:23}, Kwa Taifa la wana wa Israel, siku hizi zilikuwa siku za maumivu makali ya kutisha.

Ni kwa sababu hii kifungu Katika nchi ya Misri tulipokaa katika masufuria ya nyama na kula mikate na kushiba, ina gonganisha Misri ilikuwa sehemu ya kuogofya kwa wana wa Israel, Lakini pia hawakuru nyuma kutoka kwenye masufuria ya nyama na mikate waliyokula mpaka pale matumbo yao yalipokuwa yamejaa. Kilio chao kwa mwili kilikuwa halisi kwa watu wa Israel katika kifungu hiki. Kama ukatili wao ulivyokuwa, walitoa furaha kwa muda, Wakati wakila mkate na kufurahia nyama, maumivu ya utumwa wao ulitokomea. Ingawa hauku waacha, hata hivyo, walipokuwa wanamaliza kula walikumbana na ukali wa hali zao. Mikate ilifaa kwa kipindi kifupi lakini maumivu yaliendelea. Misri ilikuwa na uzoefu wa kuytoa nafuu lakini nyuma ya nafuu hii kulikuwa na kongwa la utumwa na kukandamizwa. Matumbo yao yalijaa lakini nafsi zao ziliendelea kukaa katika mchafuko.

Kama wana wa Israel walivyohangaika kwa namna ambayo wange pata mlo wa pili wakiwa jangwani, akili zao zilirudi Misri na kuiona furaha ya muda mfupi waliyopewa. Waisrael hawakuiona picha kubwa, Hata hivyo, kwa pekee waliona mikate na nyama ambayo kwa muda ilijaza matumbo yao. Hawakuona maumivu ya nafsi zao na kuachilia kwamba Misri ilirudisha kwa huo mkate.

Katika Mwanzo 25:29-34 Esau aliingia kutoka shambani akiwa amechoka na kumwomba kaka yake Yakobo chakula cha dengu Yakobo ataweza tu kumpa chakula hiki cha dengu kama tu atakubali kumuuzia haki yake ya uzaliwa wa kwanza. Esau alikubali. Ili kushibisha njaa. Esau alikuwa tayari kutoa haki yake kama Kijana mkubwa. Sitaki kuushusha thamani umuhimu wa njaa hapa. Kitu ninachotaka ni kuwasiliana, Hata hivyo, ni rahisi kwetu kulisha hamu ya mwili bila kuweka maanani matokeo yake. Kama wana wa Israel walivyotembea jangwani, Mungu alikuwa anawapeleka kwenye nchi ya ahadi. Hapa, hata hivyo, Alikuwa yuko tayari kusalimisha nchi ya ahadi kwa gharama ya mlo unaofuata.

Mvutano wa mwili una nguvu inayotisha, hasa nyakati za udhaifu na majaribu. Ni rahisi kupoteza mwanga wa uhalisia. Hapa yunaiona Israel ikiihuzunikia Misri, sehemu ya utumwani na ukandamizaji wa kutisha, eti tu kwa ajili ya kupewa mlo unaofuata. Shatani ni kiongozi mkuu wa kutuleta sisi kwenye matokeo ya vitendo vyetu. Mwanzo 3:2-6 ni mfano wa wazi wa hiki:

2 Mwanamke akamwambia nyoka,"matunda ya miti ya bustanini twaweza kula 3 Mungu alisema, matunda ya mti ulio katikati ya bustani msiyale , wala msiyaguse,msije mkafa 4.Lakini nyoka akamwambia mwanamke,hakika hamtakufa 5.Kwa maana Mungu anajua ya kwamba siku mtakayokula matunda ya mti huo, mtafumbuliwa macho nanyi mtakuwa kama Mungu, mkijua mema na mabaya 6. Mwanamke alipouona mti ule wafaa, wapendeza kwa macho nao ni mti wa kutamanika kwa maarifa, basi alitwaa katika matunda yake akala, akampa na mumewe naye akala {Mwanzo 3}

Maonyo ya Mungu kwa Adamu na Eva ilikuwa kwamba atakufa kama atakula matunda kutoka kwenye mti maalum. Shatani, hata hivyo aliwaonyesha wao kuwa mti huo ulikuwa mtamu, na ungewafungua macho yao kwa ulimwengu wote. Ulimwengu huo hata hivyo ulikuwa Ulimwengu wa dhambi na kifo, Kama vile Mungu alivyokuw ameelezea mvuto wa mwili ulikuwa na nguvu kuliko radha ya tunda kutoka ule mti, Eva alijisalimisha kwenye dhambi na kifo.

Nyama za kwenye masufuria na mikate ya Misri itakuwa daima kama majaribu ya mwili wenye njaa. Katika majaribu ya wanawa Israel, Kilio kilianza kutoa sauti kubwa. Kama Esau, atakuwa ameitoa nchi ya ahadi ili arudi Misri kwenda kula nyama na mikate. Njia ya kuelekea kwenye nchi y ahadi inaelekea haitakuwa rahisi.

Kuna nyakati ambazo hata sisi, pia tutahisi maumivu makali ya njaa. Tunaweza kujaribiwa, Kama wana wa Israel, kuangalia nyuma na kukumbuka vitu tulivyofurahia nyakati zilizopita, wakati baadhi ya mambo katika maisha yalikuwa rahisi. Misri haikutoa furaha kwa watu wa Mungu, Lakini furaha hii ilikuja kwa gharama kubwa.

Njia kuelekea kwenye nchi ya ahadi iliwachukua watoto wa Israelkupita jangwani pamoja na mahangaiko makubwa. Maisha yetu pia yatatuchukua sisi pia kupitia uzoefu wa jangwa. Kwa nyakati hizo za mahangaiko, hata hivyo, tunafaidika na furaya ya milele. Je, tutaachilia mbali lengo la Mungu kwa kukaa katika masufuria ya nyama za Misri? Iwapo utakabiliana na majaribu na kosa, kumbuka mvuto wa mwili. Kumbuka pia kuna vitu ambavyo kwa thamani yake vinateseka vikikungoja wewe. Kwa furaha za Misri haziwezi kulinganishwa na vile ambavyo Mungu aliahidi. Baraka kuu huja kwa kujitoa mhanga.

Hebu na tusipuuze mvuto wa mwili ambao haujajitosheleza. Majaribu kulidhisha mahitaji ya wakati uliopo utakuwa bayana pia. Mungu aweza kutupatia neema. Hata hivyo, kutambua hiyo gharama ya kuridhisha yale mahitaji ya mwili ni njia ambayo sio ya kimungu. Mwili hulia kwa sisi sote. Kuna uhitaji wa mwenzi wako, wenye masharti, kulindwa, kutimiliza mahitaji, kuhakikishiwa, kutulizwa na upendo vyote havi vinalia ndani yetu. Mahitaji ya wana wa Israel yalikuwa halali. Walitaka kula na kulidhisha njaa ya kimwili.

Tatizo lilikuwa kwamba hakutaka kuyaelekeza mahitaji yake kwa Bwana na kumwamini yeye kwa hilo. Je, unaweza kumwamini Bwana kwa mahitaji ambayo hayajakamilika? Mungu aliyesikia kilio cha wana wa Israel kwenye kongwa la utumwa nk Mungu yuleyule aliyewtoa jangwani. Atahusika kwa kuwapa mahitaji yao yote. Kwa muda hata hivyo, Kilio cha mwilikikawa Mungu wa wna wa Israel. Kiliposemwa walifuata. Badala ya kupeleka mahitai haya kwa Mungu, walifuata mtililiko wakiililia Misri.

Watu wengi kabla yetu walianmguka, kwa sababu walisikiliza kilio cha mwili wao badala ya Mungu. Daudi alifanya uzinzi kwa sababu ya wito wa mwili, alisimama kwa miguu miwili kuua ili kuficha dhambi zake. Eva alijiuza kwa shetani kwa ajili ya kuonja radha ya mti wa ujuzi wa uzima na mauti. Esau aliotoa haki ya uzaliwa wake kwa bakuri la dengu. Kaini alimuua kaka yake Habili kuridhisha wivu na hasira za moyo wake. Mwili na miungu hazitakiwi ziwe kiongozi wetu. Inatakiwa iwe kwa ajili ya malengo ya juu ya Mungu kwa ajili ya maisha yetu.

Kadri tunavyo kabiliana na jangwa katika maisha yetu, mwili utatulilia kwa ajili ya kuridhishwa. Utatamani kuwa Misri. Utatukukumbusha furaha ya siku za nyuma. Shauku na, hata hivyo, utatakiwa kurudi kwa Mungu na kujisalimisha kwake. Kwa kadri tunavyoangalia historia ya wana wa Israel katika siku hizo, tunaona kwa jinsi gani Mungu alikutana na mahitaji yao na miujiza kwa njia mbalimbali. Tunayo kila sababu kufikiri kwamba atafanya hivyo hivyo kwetu kama tutamwamini na kujisalimisha kwenye Makusudi yake badala ya kuvutwa na mwili.

Kwa kufikiria:

- Je, nchi ya Misri ilikuwa namna gani kwa watu wa Mungu?

- Mistari hii inatufundisha nini kuhusiana na kuvutwa na mwili? Je, umewahi kuhisi mvuto kama huo?

- Ni kwa kiasi gani shatani anatupofusha sisi kwenye picha kubwa na matokeo ya vitendo na matamanio yetu?

- Je, umewahi kujikuta wewe mwenyewe ukijisalimisha kwenye tama na matamanio ya mwili? Unafikiri ni nini kitakuwa hatima ya huko kujisalimisha?

- Je, uko tayari kuvumilia shida ya mateso jangwani kwa ajili ya ahadi ya Mungu?

Kwa ajili ya Maombi:

- Mshukuru Mungu Kwa kukukomboa wewe kutoka kwenye kongwa la dhambi.

- Muulize Mungu kukusaidia kuzisalimisha tama za mwili kwake. Muulize kwamba hapingani Na hizo tama lakini anataka kuzitimiza Kwa njia zake.

- Muulize Mungu akusidie kuiona picha kubwa, Muulize akupe nguvu za kuvumilia na kustahimili majaribu ya mwili ili uweze kuzizoea ahadi za Mungu.

- Muulize Mungu akupe uwezo wa kustahimili kwa kuzifanya tama za mwili kama mungu wa maisha yako. Usalimishe mwili wako kwa kumwinua Mungu kimwili na kiakili.

Sura ya 4 - Makali Ya Uponyaji

3 Tungekuwa tumekufa katika mikono ya Bwana katika nchi ya Misri...kwa wewe kwa kutuleta sisi toka jangwani kutuua kusanyiko {Kutoka 16}

Tokea hapa katika kutoka 16:3 tumeona kwa akili ya Waisrael kwamba maisha yatakuwa rahisi sasa kwani wako huru kutoka utumwa wa Misri. Walihuzunika sana kwani maisha hayakuwa hivyo. Pia tunaona mvutano mkubwa wa mwili na matamanio ya wana wa Israel kuridhisha matakwa yao. Kweli hizi mbili peke yake zilikuwa silaha ambazo zilikuwa kwa adui kwa kuwajaribu wao ili waziache ahadi za Mungu ambazo walikuwa wakiziendea. Kulikuwa, hata hivyo, ekweili wa wa sintofahamu kwenye akili za watu wa Mungu.hii inapatikana katika kifungu. "Laiti tungelikufa katika mkono wa Bwana katika nchi ya Misri, mmetutoa huko jangwani ili kutuua katika kusanyiko" Hebu na tuinyambulishe habari hii.

Tunapoanza utagundua kuwa kuna ulinganishaji kati ya Mungu na Musa katika kifungu hiki--tungelikufa katika mkono wa Bwana...Lakini wewe {akimzungumzia Musa} umetuleta katika jangwa kutuua kusanyiko" Watu wa Israel wanasema hapa kuwa ilifaa wafe mikononi mwa Bwana kuliko kufa jangwani chini ya uongozi wa Musa. Angalia katika namna zote mbili wana zungumzia kuhusu kufa.

Wanawa Israel walitambua mapambano ya Misrina kwamba ilitamani kama wangepotea chini ya Utumwa. Waliamini, hata hivyo, Hiki kifo chini ya Bwana hapa Misri, kingekuwa na chembechembe za huruma kuliko kile ambacho kingetokea chini ya uongozi wa Musa walimshitaki Musa kwa kuwachukua jangwani na kuwaua kwa njaa, Mungu angewaruhusu kufa wakati matumbo yao yakiwa yameshiba.

Wakati tunajua kuwa Mungu wetu tunayemhudumia ni Mwingi wa huruma na upendo, Huwa hatuelewi maana ya huruma. Je, Mungu alikuwa na huruma wakati alipomruhusu mwanae Yesu kufa kifo cha kikatili katika msalaba? Je, Kifo cha Bwana Yesu hakikuwa kipimo cha huruma ya kweli? Ni ukatili na shida sana hiki kilivyokuwa, hii ilimaanisha wokovu.

Je, madaktari huwa na huruma wanapomkata mgonjwa, na kumwacha na maumivu makali ili kutibu maumivu ya ndani ya mwili? Je, mzazi huwa na huruma anapomuadhibu mwanaye ili kumrudisha kwenye njia ya maisha na imani? Huruma huwa sio lazima kila mara kuwa njia rahisi. Wakati mwingine huruma ya kufanya kitu inaweza kumuumiza mtu ambaye unampenda ili na khata kumletea maumivu zaidi na uharibifu. Wana wa Israel wliamini kuwa Mungu atakuwa Muungwana kwao. Hawezi akawaruhusu kufa wakati matumbo yao yakiwa tupu katikati ya jangwa. Kitu walichoshindwa kujua ni kwamba Mungu wanayemzungumzia alikuwa amewachukua hatua kwa hatua hadi mahali pale. Wakati huu wa matatizo, walimlaumu Musa kwa matatizo yao.

Miaka mingi iliyopita, nilikuwa nikisoma Biblia kwenye kisiwa cha Reunion katika bahari ya Hindi. Siwezi nikakumbuka kifungutulichokuwa tukikichunguza, lakinibado nakumbuka mrejesho wa binti mmoja kwenye kikundi alikuwa katika mazungumzo na dada yake wa Kikristo aiyemwambia kuwa hawezi kumwamini Yesu asiyeweza kuponya, aliposhirikisha mazungumzo haya kwetu, nakumbuka nilivyomwambia wakati tunajifunza masomo ya biblia kwa vipi, baada ya kusikiliza ambacho rafiki yake amekisema, Alikuja mwenye hitimisho kuwa atmwamini Yesu iwe aliponya au hapana?

Ujumbe huu uinigusa mimi kwa nguvu ya ajabu. Ninaamini Yesu aliyeponya, lakini ni nini ambacho hajaniponya mimi? Je, Bado ninaendelea kumwamini Yeye? Kitu nilichokiona ambacho sikijui vizuri ni kwamba, mtu ambaye alizaliwa kipofu. Amekuwa akimtafuta Mungu kwa uponyaji lakini Mungu hajawahi kumpa huo uponyaji. Ni Mtu wa imani iliyo kuu kwa na anamwamini Bwana. Anaendelea kumtumikia Bwana kwa furaha na ustahimilivu mkubwa, licha ya upofu wake. Anamwamini Yesu hata kama haja mponya upofu wake au la.

Kumbuka katika agano la kale Mtakatifu, Ayubu. Kwa wakati wake shatani alikuja kwa Mungu na kumwomba ruhusa kumwondolea utajiri na mali. Mungu aliruhusu, Shetani alikwenda na kuua watoto wa Ayubu. PIa alimuambukiza Ayubu majipu yanayouma sana {Ayubu 1,2}. Huko mwisho hata mke alimkasisirikia meme wake kumtamkia Mungu na kufa, Angalia haya majibu:

9 Ndipo mkewe akamwambia je! Wewe hata sasa washikamana na utimilifu/uadilifu wako? Umkufuru Mungu, Ukafe." 10 Lakini yeye akamwambia, wewe wanena kama mmoja ya hao wanawake wapumbavu anenavyo. Je! tupate mema mikononi mwa Mungu, nasi tusipate mabaya? Katika mambo haya yote ayubu hakufanya dhambi kwa midomo yake. {Ayubu 2}

Ayubu alikubali maumivu akiwa ndani ya Bwana. Hakuwa ameelewa hili. Lakini alikuwa yuko tayari kulipokea. Wangapi kati yetu tumesimama kwenye vitanda kwa kuwaona wale tuliowapenda wakifa? Wakati mwingine huwa tunaamini Mungu hawezi kutuondolea mpendwa wetu kutoka kwetu. Hatumruhusu Mungu kuachilia kitu chochote kibaya kutokea. Kubali, Kwamba majaribu ya Ayubu yalilazimishwa kwake na Shetani Lakini Kumbuka kwamba Mungu aliruhusu hili kutokea kwa mtumishi wake. Je, utamwamini Mungu ambaye anaruhusu mambo magumu kutokea katika maisha? Je, utamwamini Mungu ambaye haruhusu rafiki kutoponywa upofu wake?

Siku moja Mtume Paulo alimwomba Mungu kuhusiana na jambo lililokuwa linautesa mwili wake. Aliomba kwamba Mungu amuondolee haya "makali ", Hebu sikiliza majibu ya Bwana:

8 Mara tatu alijibizana na Bwana kuhusiana na hili, kwamba inatakiwa iniondoke, 9 lakini aliniambia mimi, "Neema yangu yatosha kwako, kwani nguvu zangu hufanywa imara katika udhaifu" Kwa hiyo, hivyo Nguvu ya Kristo ikae ndani yangu *{2Kor :12}*

Paulo amezoea nguvu ya ajabu ya Mungu kwa sababu ya huo udhaifu. Mungu alimruhusu kupata mateso kusudi aweze kumwamini kwa yote na kuwezesha huduma na maisha. Hii baadaye ilimfanya Paulo awe kama alivyo.

Kama samaki aina ya CHAZA wa bahari wanavyokula chini ya bahari, wakati mwingine mchanga unaweza kuingia ndani ya tumbo lake. Hii mbegu ya mchanga humchukiza sana CHAZA. Kumlinda chaza na hili chukizo, chaza hutoa kinyesi chenye madini ya Calcium Carbonate yaitwayo Nako na humzuia kuwashwa. Kwa kadri huo mchanga kama utaendelea kuwa ndani ya mwili wa chaza. Kinyesi cha chaza kilichorundikana chenye madini pia hutoa madini ya thamani ya aina ya Lulu. Chaza anatakiwa kukwanguliwa. Na hii imetokea hata katika maisha ya Paulo. Hii ndiyo iliyotokea hata katika maisha ya wana wa Israel katika Kutoka 16:3 Mungu aliruhusu harara kwenye maisha yao ili kuwafanya wawe chombo cha thamani alichohitaji. Mtazamo wa Wana wa Israel kwa mungu ni kwamba atakuwa mwenye huruma. Walikuwa na wakati mgumu kuamini kuwa Mungu angeweza kuruhusu nyakati ngumukama zile walizozishuhudia siku zile. Hii iliwafdanya wasiione kazi kubwa aliyoifanya katika maisha yao. Mungu wao alikuwa Mungu wa upendo, mpole na mwenye huruma.

Alitimiza haja zao na hakuruhusu kitu kigumu katika maisha yao. Walishindwa kujua kuwa kuna nyakati ambazo watahitajikutikiswa katika imani zao. Walishindwa kujua kuwa Mungu alihitaji kuweka harara katika maisha yao ili kuwaweka sawa kama watu waliotakiwa kuwa. Hata hivyo, Mungu aliye mkuu wa Huruma na neema. Yeye ni Mungu, Anajihusisha sana na makuzi na ukomavu wetu ndani yake kuliko juhudi zetu za muda mfupi. Huruhusu mapambano katika njia yetu, Na akitumia hayo mapambano kutuumba kwa ajili ya sura yake. Kupitia hayo mapambano tunakuwa tumesogezwa karibu naye.

Wana wa Israel hawakukubali majaribu kama yametoka kwa Mungu. Walimlaumu Musa kwa hili kwa sababu, Mungu wanaye mhudumia hawezi kuruhusu wao kukabiliana na aina hii ya njaa na kukosa uhakika. Kama hatutazikubali hali zetu za kuwa ama kwa zile zitokazo kwa Mungu au zile zilizoruhusiwa na Mungu kwa ajili ya mema, tutazikosa Baraka ambazo hayo majaribu yalikuwa yamelenga kuzileta. Shetani hufurahia kutuambia kuwa Mungu mzuri na mwenye upendo hawezi akaruhusu sisi kukabiliana na na mapambano katika maisha. Nimekutana na wengi ambao wanaamini katika uongo huu. Nimewaona pia wengi wakitangatanga kutoka kwa Mungu kwa matokeo ya jambo hili.

Wanawa Israel hawakuweza kumwamini Mungu ambaye haku watimizia njaa yao. Je unaweza kuamini hata kama anatimiza mahitaji yako au hapana? Je, Utamwamini Yeye hata kama hujui kile ambacho anafanya? Wakati mwingine uponyaji una maumivu makali. Uwe na uhakika kuwa hata kama uponyaji utakuwa na makali namna gani. Uko chini ya mikono ya Mungu, ambaye anahusika na maendeleo na ustawi wako na makuzi.

Kwa kufikiria:

- Ni kipi ambacho kifungu hiki kinatufundisha sisi mtazamo wa wana wa Israel kuhusu Mungu?

- Je, daima Mungu huyafanya mambo kuwa mazuri na rahisi kwetu?

- Ni kipi Mungu Hutimiza ndani yetu kupitia majaribu na matatizo anavyoruhusu?

- Ni kwa kiasi gani imani yangu kwa Mungu ambayo inafanya kazi ya kunituliza na kunirahisishia huniweka mbali na ukomavu wa maisha yangu ya kiroho?

- Je, unaweza kumwamini Mungu ambaye huruhusu mapambano na matatizo katika maisha yako

- Ni mapambano yapi ambayo Mungu ameyaruhusu katika maisha yako? Matatizo haya yamekusaidiaje wewe kukuza mahusiano na yeye?

Kwa Maombi:

- Chukua muda mfupi kumshukuru Bwana kwa Baraka alizokupatia kupitia nyakati ngumu ulizozipitia katika maisha yako? Mshukuru yeye kwa jinsi alivyotumia nyakati hizo ngumu kukukomaza wewe katika Imani na kutembea ndani yake.

- Muulize Mungu akupe neema y kukubali vitu vyote vinavyokuja kwenye njia yako.

- Je, Unaye rafiki au mpendwa ambaye anapambana sasa hivi? Mwombe Mungu awabariki na kuwaweka mikononi mwake muda huu.

- Mwombe Bwana akupe wewe imani ya kumwamini yeye kwa hali yoyote utakayo jikuta umo siku ya leo.

Sura ya 5 - Watu Katika Maisha Yangu

Mmetutia katika jangwa hili {Kutoka 16:3}

Katika sura iliyopita tuliona kwamba Bwana Mungu wakati fulani aliruhusu majaribu katika maisha yetu. Majaribu haya hayako chini ya udhibiti wake, lakini yametumiwa na Mungukukamilisha malengo yake. Kama Ayubu na Paulo mateso na matatizo katika maisha yao. Waliweza kusafishwa na kurudi kuwa karibu na Mungu. Watakuwa baadaye kuwa watumishi walio muhimu sana kwa mungu kwa sababu ya kupambana.

Nitahitaji kuliendeleza wazo hili hatua moja mbele katika sura hii. Kwa kadri watu wa mungu walivyo hangaika katika jangwa, walianza kuhisiuchovu wa safari hiyo. Walianza kuhangaika watapata wapi mlo wao unaofuata na namna watakavyo kwenda kuishi kama watu katika mazingira haya ya kuhurumiwa.

Kwa kukubaliana na hali hii wana wa Israel walimlilia Musa kwa maneno ambayo tumeyanukuu mwanzoni mwa hiii sura. "Umetuleta sisi kutoka jangwani kutuua kusanyiko lote kwa njaa" {Kutoka16:3}.

Kitu ambacho ni muhimu hapa cha kuangalia katika tamko hili ni kwambawatu walikuwa wakiongea kwa Musa na Haruni kama viongozi wao. Waliwashitaki watu hawa kwa kuwaleta jangwani. Waliwalaumu viongozi wao kwa hali iliyoathiri mazingira yaliyotokea. Chini ya uongozi wa Musa na Haruni huko Misri waliona miujiza mikuu ikitokea. Nchi ya Misri ilikuwa ikirudi kwenye magoti kwa sababu ya kazi ya Mungu kupitia watu hawa wawili. Walimshuhudia Musa akiinua watumishi ndani ya bahari ya shamu kulizamisha jeshi la Misri. Walihiari kuweka ukakika wao kwa Musa kutokana na miujiza ambayo ilitokea kupitia Musa. Wakati mambo hayakwenda kama walivyotarajia, hata hivyo, walikuwa wepesi kuzungumza na kumwambia mtumishi wa Mungu.

Angalia kwa uhakika kuwa watu walimlaumu Musa na Haruni kwa kuwaleta katika jangwa hili. Hakika nakwambia, Musa na Haruni walikuwa viongozi wao, lakini watu wa mungu walishindwa kabisa kutambua na kuithamini ambayo kwa wakati huu ilikuwa chombo chini ya mikono ya Mungu. Baadaye, siye Musa aliyewatoa jangwani lakini Bwana Mungu. Alikuwa nguvu nyuma ya Musa Ndiye aliyewazuia wamisri nyuma ili watu wake wawe huru tokana na utumwa Alikuwa ndiye aliyemjaza nguvu Musa kuwaongoza watu wake.

Bwana Mungu aliwaongoza watu wake kupita jangwani kwa mfano wa nguzo ya wingu na moto. Watu walitembea kulingana na nguzo ilivyotembea:

18 Kwa amri ya Bwana, wanawa Israelwalisafiri, na kwa amri ya Bwana walipiga kambi. Wakati lile wingu ilipokaa juuya maskani, walikaa katika kambi yao. 19 Na lile wingu lilipokaa juu ya maskani kwa siku nyingi, ndipondipo wana wa Israel walipolinda malindo ya Bwana, wala hawakusafiri nje. 20 Na pengine lile wingu lilikaa juu ya maskanisiku chache, ndipo kwa amri ya BWANA walikaa katika kambi yao, tena kwa amri ya Bwana walisafiri. 21 Na pengine lile wingu lilikaa tangu jioni hadi asubuhi, na lile wingu lilipoinuliwa asubuhi ndipo waliposafiri. 22 Ikiwa lile wingu lilikawia, likikaa juu ya maskani juu ya maskani siku mbili, au mwezi, au mwakawana wa Israel walikaa katika kambi yao wasisafiri. {Hesabu 9:18-22}

Musa alikuwa mtumishi wa kawaida wa Mungu, Wingu la Mungu liliwaongoza wao hadi sehemu ambazo walijikuta wapo sasa. Walilifuata hilo wingu kwa hakika hadi kituo walichotakiwa kufika. Wakati watu wa Mungu walipokuwa Misri walimlilia Mungu kwa ukombozi. Mungu aliwajibu maombi yao kwa Kumtuma Musa na Haruni. Maombi yao yalijibiwa lakini sio katika njia ambayo wanawa Israel walikuwa wametarajia.

Wana wa Israel hawakuwa na uhakika walimpenda Musa na Haruni kama viongozi wao. Kwa kuangalia chini walitambua kuwa Mungu aliwaongoza wao kwenye sehemu hii katika jangwa, lakini kwa namna fulani walimwamini Musa ambaye angesimama juu dhidi ya njia mbaya. Wakati mambo hakwenda kama walivyotaka, walimlaumu Musa.

Watu wa Israel walianza kumwona Musa kama mtumishi wao na sio Mtumishi wa Mungu. Nimeiona hii katika makanisa ya siku hizi. Nimewaona wachungaji wengi wakiwa watumishi wa watu badala ya kuwa watumishi wa Mungu. Wananung'unikia ujumbe ambao Mungu ameutoa kwa watu wake na unafanya kuwa na mvuto mzuri kwa kuusikiliza. Wanawaambia watu kile wanachotaka kusikia. Hawa sio watumishi wa kweli wa Mungu. Musa alikuwa akiwaongoza watu kam Mungu alivyokuwa amekusudia. Hii ilimwingiza yeye kwenye mgogoro na watu ambao walimnung'unikia Musa, walinung'unikia makusudi ya Mungu kwa ajili ya mambo yao mazuri. Manung'uniko yao hakika hayakuwa kwa Musa bali kwa Mungu.

Mtume Paulo alijua tofauti kati ya kutafuta manufaa uhakikisho wa mtu na kumfurahisha Mungu alipoandika:

10: Maana sasa, Je, Ni wanadamu ninaowashawishi, au Mungu? Au Nataka kuwapendeza wanadamu? Kama ningekuwa hata sasa nawapendeza wanadamu? Nisingekuwa mtumwa wa Kristo. {Galatia 1}

Kuwa mtumishi wa Mungu haiwezi ikatupatia sisi umaarufu. Musa alishitakiwa kwa kuwaleta watu jangwani ili kuwauwa na njaa. Juhudi zake hazikuthaminiwa. Watu wa Mungu hawajatumwa ili kufanya kila kitu kuwa rahisi na cha kufurahisha. Wanaweza kuzungumza kitu kwetu ambacho hatutaki hata kukisikia. Wanaweza kutupatia changamoto ambazo hatutahitaji ushauri

Wanaweza hata kutupeleka katika sehemu ambazo mara nyingi huwa hatupendi kuzifikia. Ni watumishi wa Kweli wa Mungu, hata hivyo, wanamwakilisha yeye na makusudi yake kwa ajili ya maisha yetu.

Watu wa Mungu huchagua kutubariki na kufanya ubia pamoja na sisi. Kwenye safari ya maisha ambayo daima itakuwa si ile tuliyotazamia. Je, umeoa mtu ambaye yu tofauti na wewe? Je, kuna watu katika kanisa lako ambao wana vipaumbele tofauti katika maisha? Wanawa Israel walitazamia aina tofauti ya uongozi na mara nyingi walilalamika na kumnung'unikia Musa. Badala ya kupeleka maombi yao, walingangamara au kuweka ngumu. Katika kuweka ngumu walizikosa baraka za Mungu.

Katika maisha yetu mara nyingi tunakumbana na watu ambao wako toifauti na sisi wakati mwingine watu hawa huwa vyombo vya Mungu vya kutulainisha sisi. Tunaweza kuwapinga na kuwalalamikia au tunaweza kujifunza kufanya kazi nao na kumruhusu Mungu kutubadilisha kupitia wao.

Wakati wana wa Israel walipochukuliwa mateka huko Babeli, Nabii Yeremia alizungumza akisema:

4: BWANA wa majeshi, Mungu wa Israel awaambia hivi watu wote waliochukuliwa mateka, mliowafanya wachukuliwe toka Yerusalemu mpaka Babeli 5: Jengeni nyumba, mkakae ndani yake,kapandeni bustani, mkale matunda yake.6: Oeni wake, mkazae wana na binti, kawaozeni wake wana wenu, mkawaoze waume binti zenu, wazae wana na binti, mkaongezeke huko wala msipungue.7: Kautakieni amani mji ule, ambao nimeufanya mchukuliwe mateka, Mkauombee kwa Bwana, kwa maana katika amani yake mji huo ninyi mtapata amani {Yeremia 29}

Hali ya Mazingira na matokeo yake na watu wa Mungu inaleta kwenye njia yetu inaweza kuwa sio ile tuliyoitaka katika maisha yetu. Katika Yeremia 29 watu wa Mungu walikuwa uhamishoni kwenye uongozi wa kigeni kwao. Hali yao ya kawaida ilikuwa ni kulalamika na kunung'unika. Mungu aliwaambia kupitia Yeremia kupanda bustani, kuwatoa watoto na mabinti ili waolewe na kutafuta amani ya mji huo wa uhamishoni aliwambia watu kuw amani ya Mji wa uhamishoni ambayo wao wako itakuwa amani kwao.

Katika kutoka 16:3 tutawaona watu wa Mungu wakimnung'unikia Musa, Na kama vile watu hawa kumpenda, Musa alikuwa mtu wa Mungu ambaye alichaguliwa kuwa kiongozi wao. Atakuwa mmoja wao ambaye Mungu atamtumia kuwaletea nchi iliyoahidiwa baba na mama zao watumishi wa Mungu sio daima wawe wale tuliowatazamia, wala sio kwa njia yake.

Kama wana wa Israel, sisi pia hunung'unika na kulalamikia watu wa Mungu wanaopita kwetu Kutokana na mtazamo wa Israel, Musa alikuwa akiwa elekeza kwenye hatari na kifo. Lakini hata hivyo, Musa hakuwapenda watu wa Israel, alikuwa mtu wa Mungu kwa Muda. Alikuwa chaguo la Mungu kuwaleta watu kwenye nchi ya ahadi.

Tunaweza kunung'unikia njia na watu aliowachagua kuwatumia. Daudi kabla ya kuwa mfalme wa Israel, alishawishika kumchukia Sauli. Alikuwa na fursa ya kumuua na kuondoa hili tishio, lakini alichagua kumheshimu kama mfalme ambaye Mungu alimchagua kwa Israel. Hatujui ni kipi kwenye nyakati hizi za kujificha na kumkimbia Sauli ilijidhihirisha kwenye maisha ya Daudi. Kitu kimoja kipo wazi,hata hivyo---Daudi atakuja kuwa mmoja wa wafalme wakubwa ambao Israel haijaweza kuwajua.Mtu mmoja, kukubali matatizo yake katika mikono ya Sauli itachukua nafasi kubwa ya kumfanya yeye Mfalme aliyethibitika kuwa.

Je, Ni watu gani ambao Mungu amewaleta katika maisha yako? Kama wanadamu wote walikuwa na makosa Pia wanaweza, kuwa ni watu ambao walihitajika ili kukurekebisha na kukufanya wewe kwa namna ambayo Mungu alitarajia wewe uwe. Mungu anaweza kutupatia sisi neema ya kuwakubali watu anaowaleta katika maisha yetu. Anaweza kutufundisha kupitia watu hao na kutufanya kuwa watu ambao atajivunia wito wa kuwaita.

Kwa kufikiria:

- Ni ushahidi upi tulio nao katika historia ya Israel ambao Bwana Mungu alikuwa ndiye aliyekuwa akiwaongoza kupitia jangwani

- Ni matarajio yapi kwa watu wa Israel kuhusiana na Musa kama kiongozi wao? Ni kipi tunatarajia kwa viongozi wetu?

- Ni majaribu yapi katika uongozi kwa kuwapa watu wanachohitaji na kuwa maarufu kwa watu wanaotuzunguka? Je, hali hii itaishia kwenye muafaka upi?

- Je, Kuna watu katika maisha yako ambao umejikuta ukipata taabu kufanya kazi nao? Je, msimamo wako kwa watu hao ulikuwa upi?

- Ina tupa changamoto vipi kwenye kifungu hiki wakati wa kushughukia matatizo ya watu?

Kwa maombi:

- Chukua muda kidogo kukumbuka kuwa njia za Mungu ni tofauti na njia zetu, na watu anaowachagua kuwatumia katika maisha yetu pia ni tofauti na wale tunaowategemea.

- Muulize Mungu akupe neema ya kuwakubali watu, mazingira na matokeo yake atakaotuletea kwenye njia zatu. Mshukuru yeye kwani atakwenda kuwatumia watu hao kutulainisha sisi na kutufanya tuwe watu ambao anataka tuwe.

- Muulize Mungu akuepushe Na kunung'unika na kulalamika kuhusiana na vitu ambavyo huvielewi au huvitaki,

Mwombe akupe neema ya kumwamini katika nyakati ngumu unazokutana nazo kwenye siku.

Sura ya 6 - Imani Kwenye Malengo Ya Mungu

"Umetuleta sisi katika jangwa kutuua kwa njaa kusanyiko hili lote {Kutoka 16:3}

Kuna jambo moja ambalo ningependa kugusia kutokana na msitari huu. Katika sura zilizopita tuliona maombi ya watu wa Mungu hayakuweza kujibiwa kwa namna ambayo watu walitarajia. Baada ya kutoka utumwani walijikuta wako jangwani, na kutokuwa na uhakika wao mlo wao unaofuata utakuwa unatoka wapi?

Kumbuka kuwa watu hawa walikuwa wame achiliwa huru kutoka Misri. Na huko Misri wamekuwa wakimwona Mungu akifanya mambo makubwa mengi. Mapigo aliyotuma yaliifanya hii nchi yenye nguvu kusimama kwenye miguu yao. Waliona nguvu ya Mungu katika siku hizo zikiifungua Bahari ya Shamu na kuwatoa wao kutoka katika Jeshi la Misri. Waliiona nguzo katika winguikiwaelekeza kwenye nchi ya ahadillikuwa ngumu kwa wana wa Israel kufikiria kama wangekuwa huru kutokana na ukangamizwaji wa Misri, lakini walifaulu, minyororo yao ilikwisha.

Mishipi ya kufungiwa shingoni imewaondoka. Kazi za kulazimishwa pia zimekwisha, walikuwa huru! Mungu wao amewakomboa. Wakiwa wamesimama sasa, hata hivyo, wakiwa wenye njaa na hofuwalisema na Musa walimlaumu kwa kuwaleta jangwani kuwaua kwa njaa. Fikiri hili ni jambo la ndani ambalo Mungu amekuwa akifanya. Walipomlilia kwa ajili ya ukombozi kutoka utumwani, Bwana Mungu aliwatokea na kuwaokoa na miujiza iliwekwa kwa ajili yao kuwa huru {Kutoka 22:23-24}. Walipomlilia wkati jeshi la Misri limewakaribia, Mungu aliyafungua maji ya Bahari ya Shamu kwa ajili yao {Kutoka 14}. Na walipoiacha nchi ya Misri, Wamisri—Na jeshi lao katili, waliwamwagia Baraka na zawadi kwa ajili ya safari {Kutoka 12:35-36}. Katika Mara, wakati maji yalipokuwa machunguna hawakuweza kuyanywa, Bwana aliyafanya kuwa matamuili yaweze kukidhi kiu yao {Kutoka 15:22-27}. Mazingira yanaonyesha kuwa Mungu wao alikuwa pamoja nao na alitoa mahitaji yao.

Je, Umewahi kushangaa kwa nini huwa hatujifunzi kutokana na uzoefu wa nyuma? Tunamwona Mungu akitoa na tunapokuja kwenye tatizo jingine tunaanza kuwa na hofu. Kuna kitu ulani kuhusiana na wanadamu ambaye hutaka kuwa kwenya udhibiti na kutambua mazingira aliyomo. Tunapokuwa tunajikuta katika hali ambayo haiku kwenye kuidhibiti wetu tena huwa tunaanza kuwa na hofu na kutetemeka. Wana wa Israel walikuwa katika hali hiyo. Hwakuweza kuona hakika ni wapi mlo wao unaofuata utakuwa unatoka wapi. Walikuwa ni kama zaidi ya watu million mbili katika safari na jangwa lilikuwa sehemu kame. Kwa akili za kibinadamu ziliwaambia kuwa walikuwa katika hali ngumu mpaka pale watakapofanya kitu haraka, hakika watakwishaHebu kumbuka nukuu ya kifungu hiki:

Dr. Danny Kellum, Mwalimu Mkuu katika chuo cha Mafunzo cha Kikristo Cha Donelson, Aliandika:

"Mojawapo ya miujiza mikubwa ya hesabu katika Dunia: Musa na watu wake walikuwa jangwani, Lakini allikuwa anakwenda kufanya nini nao? walitakiwa kula, na kulisha watu million 3 au 3 ½ inahitaji kiasi kingi cha chakula.

Kulingana na mgawaji Mkuu wa chakula katika Jeshi, inasema kuwa Musa alihitajika kuwa na tani 1500 za chakula kila siku. Unajua kuwa kuleta chakula cha aina hiyo kila siku, inahitaji treni mbili za kukodi kila moja kwa mwendo wa maili moja zingehitajika.

Mbali na hiyo, unatakiwa kukumbuka, walikuwa nje jangwani, na walitakiwa wawe na kuni za kutumia kwa ajili yakupikia chakula. Hii ingewataka kuwa na tani 4,000 za kuni na hivyo kuhitaji treni zingine za kukodi kwa kila maili kuleta kila siku.

Na pia jaribu kufikiri, Walitumia miaka 40 njiani wakielekea.

Oh, walitakiwa kuwa na maji, na kama watayapata yawatoshe kunywa na kuoshea vyombo, hii ingehitajika gallon 11,000,000 kila siku, na hivyo kuhitajika gari ya kukodi kwa urefu wa maili 1,800, kuleta maji tu! Na pia kuna kitu kingine, walihitajika kuvuka Bahari ya Shamu wakati wa usiku. Sasa, Kama wangehitaji kupita kwenye njia nyembamba na wakahitaji kupita kwenye mstari mmoja ulionyooka Mstari ungekuwa na urefu wa maili 800 na zingehitajika siku 35 za mchana na usiku kuvuka wote. Kwa hiyo, Walihitaji nafasi katika Bahari ya Shamu ambayo ilikuwa maili 3 upana, kwa hiyo walitembea wamerundikana 5,000 ili waweze kuvuka kwa usiku mmoja. Lakini pia kulikuwa na tratizo jingine. Kila siku walipumzika kwenye kituo kimoja kila mwisho wa siku, Sehemu ya Kambi ni theluthi mbili ya Kisiwa cha Rhodes ilihitajika au jumla ya maili 750 za mraba. Hebu jaribu kufikiri hii nafasi kwa ajili ya usiku mmoja tu wa kutia Kambi. Je, unafikiri Musa alikuwa ameyaona haya yote kabla ya kutoka Misri? Nafikiri hapana. Unaona, Musa alimwamini Mungu. Mungu aliyashughulikia mambo haya yote.

{http://www.kubik.org/lighter/exodus.htm}

Kwa akili ya kawaida, Hapakuwa na njia yoyote kwa wana wa Israel kuishi katika jangwa. Mungu, Hata hivyo, yeye ni zaidi ya akili ya wanadamu. Njia zake ni tofauti na zetu. Yeye ni Mungu wa yasiyo wezekana. Wanawa Israel walikuwa hawayaoni haya sasa hivi. Kile walichokiona ni ukweli na takwimu akili za wana walsrael hazikuweza kung'amua namna ambavyo wangeweza kuishi siku inayofuata. Kwa mitazamo yao ya kibinadamu, waliona wote wanakwenda kuteketea jangwani. Hapakuwa na matumanini ya kuifikia Nchi ya ahadi. Je umewahi kuwa katika hali ambayo wana wa Israel walikuwemo? Uliangalia mazingira uliyokuwemo na kufikiri huwezi kuishi siku inayofuata. Akili yako haiwezi kufikiria namna ya kuvuka lindi la matatizo hayo na vikwazo. Unapoteza matumaini na kunyanyua mikono kwakuwa kile unachokiamini hakiwezekani.

Fikiria Musa kama kiongozi wa watu hawa. Atawajibu nini kama watakuja kumwomba chakula cha siku inayofuata? Alikuwa hata chochote cha kuwapatia. Alikuwa hajiwezi yeye mwenyewe.

Kwa kuweza kutoa. Mungu pekee alikuwa na uwezo. Lakini alikuwa Mungu ambaye alikuwa akiwaongoza alikuwa Mungu wa yasiyowezekana. Wakati mambo yalikuwa nje ya uwezo wao, Hawakuwa nje ya uwezo wa Huyu Mungu Mkuu wa yasiyowezekana. Wakatimusa akishangaa ni vipi Bwana atatoa kwa watu hawa, Mungu aliongea naye, Tazama, Nitawanyeshea mvua ya Mikate kutoka mbinguni ninyi... {Kutoka 16:4} Kwa hakika, Kwa miaka 40 Mungu, Munguataendelea kunyeshea mikate kutoka mbinguni---kwa kuitoa kila siku kwa mara moja. Kila siku asubuhi waliamka toka kwenye mahema yao kwa ajili ya Manna ya siku hiyo. Wakati wowote walikusanyika zaidi mara moja kwa ajili ya mahitaji. Mabaki yote ya vyakula yaliharibiwa {Isipokuwa siku ya sabato ambayo ilidumu kwa muda wa siku mbili}. Kupitia hii ina maana kwamba, Mungu aliwatunza watu wake kwa kumtegemea yeye kila siku.

Watu wa Israel katika Kutoka 16 walikuwa wakiangalia mambo kwa mitazamo ya kibinadamu. Ndiyo, Mambo yalikuwa magumu sana kwa mtazamo wa aina hii. Walishindwa kumwngalia Mungu. Hata hivyo, walishindwa pia kuona kuwa alikuwa amewapa huko nyuma na ataendelea kufanya hivyo kwa siku za baadaye. Na atatoa kila kitu walichaohitaji kwa mara moja tu kila siku.

Ni kweli kuwa wengi wao waliotoka Misri watateketea jangwani, Lakini ilikuwa sio kwa njaa kwa sababu ya kunung'unika na kutokutii kusikokwisha. Hawatakufa kwa kukoswa chakula lakini kw kutomtii Mungu na malengo yake.

Mara nyingi nimemwona Mungu akitoa, Bado natafuta tabia kama hii niliyoiona katika Israel. Tunakwenda kufa. Hakuna namna tunakwenda kuvuka hili jangwa" Pia nilitambua kuwa yupo Mungu Mbinguni aliyeniongoza mimi sehemu hii. Si sehemu inayofaa lakini ni nzuri kwangu. Kwa yeye aliyenileta mimi hapa. Atakuwa aidha ananiongoza mimi kutoka nje au kunipa neema ya kila siku kuishi kwa matumaini na ushindi.

Je, hata wewe hujikuta kwenye hali kama ya wana wa Israel hapa kwenye Kutoka 16:3? Hebu inua macho yako na umwangalie Mungu mbinguni. Atakunyeshea mikate kutoka mbinguni kwa ajili ya mahitaji yako ya kila siku huwezi tena kuona yale ya nyuma lakini unaweza kuhakikishiwa kwamba kwa kadri unavyoweka uhakikisho na imani kwake, atakupatia mahitaji yako yote ya kuishi kila siku kwa neema yake na utoaji.

Kwa kufikiria:

- Ni kwa vipi Mungu amethibitisha utoaji na ulinzi kwa wana wa Israel kupitia Kutoka 16:3? Ni kwa vipi Bwana alikupatia na kukulinda siku za nyuma?

- Kuna tofauti gani kati ya busara za kibinadamu na imani? Ni kwa kiasi gani Kutoka 16:3 inaelezea kupungukiwa na imani?

- Ni kiasi gani cha utoaji ambacho kingekuwa cha lazima kwa watu wa Mungu waliokuwa jangwani? Je, Unaweza kumwamini Mungu kwa Mahitaji yako?

- Mungu alitoa mahitaji kwa watu wake katika jangwa mara moja kwa siku. Je, unaweza kukubaliana na huu utoaji wa mara moja kwa siku kwa mahitaji yako? Kwa nini unahitaji kupata uhakikisho wa kupata mahitaji zaidi ya mara moja kwa siku?

Kwa maombi:

- Chukua muda kidogo kukumbuka na kumshukuru Bwana kwa utoaji na ulinzi katika maisha yako.

- Muulize Mungu kukufundisha kuishi kwa imani kwake na kwa makusudi yake. Muulize akupe neema na usichomwe moyo busara za kibinadamu na mwonekano.

- Mshukuru Bwana kwamba atatoa mahitaji yote kwa kile anachotutaka sisi kukifanya. Peleka mahitaji yako yote kwake na muulize ili akupe uvumilivu na imani ya kumwamini yeye kujibu maombi yako.

- Mshukuru Bwana kwa nguvu na utoaji kwa siku ya leo. Mshukuru yeye kwmba utakuwa na uhakika wa Neenm yake kwa kila siku ya maisha yako.

Sura ya 7 - Hitimisho No Matumizi

Kwa kuwa mkweli pamoja na wewe. Wakati ninapofikiri Bwana aliweka Kutoka 16:3 kwenye moyo wa mafunzo yangu Sikujua Mungu alikuwa anataka kunipeleka wapi na hiki kifungu. Kila siku nilipokirejea kifungu alinionyesha kitu. Hebu na turejee kwa hitimisho ya kile tulichokiona na kwenye sura sita kwa pamoja.

MAZINGIRA JAMBO LILIVYOTOKEA:

Mazingira ya kutoka 16:3 ni moja ya mateso na machafuko. Watu wa Mungu wametoka tu katika kongwa la utumwa huko Misri, lakini walikabiliana na mambo yasiyo na uhakika ya jangwani. Kibinadamu hawakuweza kuona kwa jinsi gani wanaweza kuishi katika mazingira haya yasiyorafiki kwao. Uhuru wao kutoka utumwa haikumaanisha uhuru kutoka kwenye matatizo yao ya maisha Hii iliwatatiza sana wao.

Swali ambalo mstari huu unatufanya tuulize ni hii. Je, Uhuru na Baraka zilikuwa zinaonekana vipi katika maisha ya Kikiristo? Kuna wengi waliokuja kwa Bwana wakitegemea kuwa mambo yatakuwa timilifu. Wanashangaa kukuta kwamba bado wana maumivu makali na matatizo katika maisha. Ni kama watoto wa Israel, walianza kushangaa kwa nini wanamhudumia Bwana wakati masiha ya huduma bado ni magumu kama yalivyokuwa utumwani.

Mungu hajatuita sisi kwenye maisha rahisi. Ametuita sisi kwenye maisha ya Imani na malengo. Ametupatia sisi malengo aliyoyatesekea kwa gharama. Kama tukiyarahisisha maisha na kujituliza, tunakosa baraka zilizo kuu. Wengi wamekufa bila matumaini katika maisha yao, hata hivyo, hakika wamebarikiwa. Mungu anataka kutupatia sisi kusudi.

Miaka michache iliyopita nilikuwa Haiti. Nilipoangalia vitu vilivyonizunguka na niliona mahitaji muhimu sana na kujiuliza mwenyewe nilikuwa nafanya nini kuyarahisisha haya mateso. Nilipokuwa narudi nyumakwenye wito wa Mungu wa kufundisha neno lake nilijiona kama mkosaji mdogo na nilishangaa ni mafundisho gani mbayo neno litafanya kuhusiana na mahitaji makuu na msisimko wa mateso niliouona mahali nilipokaa palipokuwa pame nizunguka. Nilipozungumza na Bwana, Nilihisi akiniambia, "Wayne, Watu wanahitaji zaidi ya mahitaji ya kuishi, wanahitaji kujua kwa nini wanaishi. Andika uwape wao malengo. Maneno hayo daima yamekaa pamoja na mimi. Mungu anataka kutupa sababu kwa nini tunaishi. Mapambano na magonjwa ni matokeo ya dhambi za kiulimwengu. Hatuwezi kujiweka huru na matatizo mpaka kwanza tumeingia kwenyenchi ya ahadi. Mungu, hata hivyo atatupatia sababu kwa nini tunaishi hivyo hutupitisha sisi katika shida na matatizo. Baraka za kweli za Maisha ya Mkristo si kuwa na maisha yaliyo huru na matatizo bali kuwa na malengo ya maisha licha ya maumivu ya dhambi za huu ulimwengu.

MAJARIBU:

Kwa kadri tunavyoishi katika ulimweng huu, Mvutano wa mwili na matamanio ni jaribu kubwa kwetu. Mahitaji yetu ambayo hayajatimia na matamanio ni mapambano yetu makuu. Haya mahitaji huhitaji kukamilishwa. Yawe mahitaji ya kimwili au kihisia. Kwa upande wa Wana wa Israel, njaa katika matumbo yao ilikuwa kwamba walitaka kurudi Misri—nchi ya utumwani.

Maisha, hata hivyo, sio kuufurahisha mwili au hisia zetu. Mwili sio mara zote huwa na Haki. Wakati mwingine malengo ya kweli na kuridhishwa huja kwa kuukana mvutano wa mwili kwa kitu kikubwa zaidi. Wengi wameridhisha mahitaji yanayochemka ya mwili na hisia kwa kutafuta tu vitu vile ambavyo vimekwenda vibaya kwao. Kuziridhisha njaa zao au uchungu haujaweza kuwafikisha kwenye ushindi wa kile walichokitaka. Kukamilisha kwa mahitaji yao ya kimwili kumewapelekea kuwa watu wa ovyo na wasioshikika.

Mahitaji yetu ya kimwili yanatakiwa kupelekwa kwa Bwana. Tabia za akili zetuzinatakiwa tuzisalimishe kwenye malengo yake. Hii itahitaji kuua mwili na mahitaji yake makuu kwa kufanya yale yapaswayo mbele ya Mungu wako. Hii ndiyo Wana wa Israel walipambana nayokatika kutoka 16. Mvutano wa mwili ilikuwa hakika ni jaribu la wazi.

Wanariadha wanajua kama wanakwenda kushinda mbio. Watajifunza nidhamu au kuukana mwili. Hii ina maana ya kuidhibiti miili yao kwa kuitaka ifanye kile kinachotakiwa ili kushinda mbio. Maisha ya Kikristo hayana tofauti na hii. Majaribu ya mwili na akili lazima yasalimishwe kwenye nia na makusudi ya Mungu. Hii ina maana ya kuangalia nje ya mahitaji kwa malengo ya Mungu katika maisha. Tuwe tayari kujikana wenyewe na kulia kwa kulipiza kisasi. Majaribu ya mwili na akili lazima yashindwe kama tutataka kutembea katika ushindi. Mwili si kila wakati uha Haki.

MAWAZO YETU YA MUNGU

Kama ilivyokuwa kwa wana wa Israel walivyohangaika jangwaniwalitakiwa kujifuza kuhusu Mungu aliyekuwa akiwaongoza wao. Walimwona Mungu wao kama mhudumu ambaye kazi yake ilikuwa kuhudumia kila mahitaji yao. Walipokuwa na kiu, alitakiwa kutoa maji, walipohitaji msaada, Alitakiwa awahi katika kutoa msaada walipokuwa na njaa, alipaswa kuwapa chakula.

Tabia hii ni ushahidi hata katika siku zetu za sasa. Mungu wa wengisio Mungu Lakini yeye ni Mhudumu. Kazi yake ni kutoa huduma kwa watu. Kwa hakika, Yeye yuko chini kuliko watu wake. Huyu siye Mungu tunaye mtumikia Mungu wa Biblia ni Mkuu na ni Mungu Mtakatifu ambaye anastahilikuheshimiwa na kuinuliwa. Sio mtumishi wa wanadamu, ingawa huweza kuhudumia kila hitaji letu. Amejitoa kwa hiari yake mwenyewe kuwa Mungu wetu na kubariki, lakini yeye sio mtumishi wetu. Ni

Mungu mwenye neema ya ajabu na huruma na anayestahili utii na heshima kuu kutoka kwetu.

Hatupaswi kumpunguza Mungu wa kwenye Biblia hadi mhudumu. Kuhusika kwake sio kutufurahisha kwa muda tu hisia na matamanio yetu kwake. Wazazi watahitaji kuwa adabisha watoto wao waalimu watahitaji pia kuwapa wanafunzi wao changamoto ili waende hatua ya juu zaidi kama watahitaji kujifunza. Makocha huhitaji kuwasukuma wanariadha wao, wanawafundisha kuvumilia maumivu kwa ajili ya kupata manufaa ya muda mrefu. Kusema kwamba Mungu ni wa kunituliza kwa mambo yangu yote ni kutomwakilisha Mungu Vizuri.

Je, Mungu wetu ataruhusu sisi kupita katika nyakati ngumu? Hakika anaweza. Mbali na haya, hata hivyo, Hufanya hivyo kwa ajili ya mema yetu. Atatumia kila tunachokabiliana nacho kutuboresha sisi kwa namna ambayo anahitaji sisi tuwe. Mungu hatutulizi na huturahisishia. Matamani yake ni kwa ukuaji na ukomavu wetu.

NJIA ZA MUNGU

Njia za Mungu si njia zetu. Wana wa Israel walimwomba Mungu walipokuwa katika kongwa la Utumwa na walimwomba awaweke huru. Mungu alimtuma Musa. Musa alikuwa mtu waliyemkataa kwa muda wa miaka 40 ya mwanzo. Alikuwa sio yule aliyekuwa wamemtarajia.

Njia za Mungu mara nyingi ni ngeni kwetu. Wakati mwingine watu wale wale uliopambana nao wanakuwa watu ambao Mungu anataka kuwatumia katika maisha yako. Watu hawa watakurainisha na kukuumbia maisha. Mazingira ambayo Mungu anakuweka wewe ndani yake zitakuwa nyenzo alizoweka mikononi mwake za lubadilisha maisha yako. Watu hawa na mazingira sio wale ambao tuliwategemea kama majibu ya maombi yetu, lakini Mungu huwa hafanyi mambo kwa njia ambayo sisi hufikiri ni lazima iwe hivyo. Anayo malengo makubwa katika akili.

Wana wa Israel walipokea kwa kumnung'unikia Musa. Hawakutaka mtumishi wa Mungu aliyetumwa. Hawakutaka majibu ya Mungu aliyoyatoa walilalamika na kushindana na Mungu. Walikataa chombo cha Mungu alichotaka kukitumia kuwaimarisha na kuwapa ukomavu wao.

Miaka mingi baadaye, Bwana Yesu angekuja hapa duniani kufa kwa ajili ya dhambi za ulimwengu. Wengi wao waliokutana naye hawakuona jibu la matatizo ya dhambi. Walimkataa na kumsulubisha yeye kwenye msalaba, Kifo chake, hata hivyo, kitakuwa suluhisho la Mungu kwa matatizo ya wanadamu. Je, tutakataa kile ambaye Mungu anatuletea kwa ajili ya ukombozi na uhuru eti kwa sababu tu sio kile tulichotegemea?

Mungu hufanya kazi katika namna ambayo ni ngeni kwetu. Mwache afanye kazi yake. Kubaliana na malengo yake. Mruhusu ajibu katika namna anaona inafaa kwetu. Jisalimisheni kwenye majibu hayo na angalia namna ambayo jambo hili jipya linamaanisha kukuweka wewe kwenye ushindi.

IMANI INATAKIWA

Kwa kuhitimisha, Tuliona wana wa Israel katika Kutoka 16:3 ilipungukiwa imani kwa Mungu muhimu ya kuwezesha kuishi kwa ushindi. Hawakuweza kuona uwezekano wa namna ambavyo Mungu angeweza kuwapatia mahitaji yao. Wakati mwingine Mungu hutuweka sisi katika hali isiyowezekana ili kutuonyesha kile kinachowezekana.

Kama utaacha maisha yako ya Kikristo, Utajikuta mwenyewe katika hali ambayo huwezi kupokea au nguvu muhimu ya kutembea nayo. Katika nyakati hizo tuliruhusu busara za kibinadamu kuchukua nafasi badala ya kumsubiri Mungu na kuiamini nguvu na utoaji wake Mungu alitoa kwa ajili ya watu wake kila siku kwa muda wa zaidi ya miaka arobaini. Hata siku moja hawakukosa utoaji wa Mungu lakini hawakupewa mahitaji yao zaidi ya mahitaji yao ya kila siku. Hii iliwafanya wana wa Israel kuwa tegemezi kwa Mungu kila siku.

Mungu hutupatia sisi nguvu na busara kwa kila siku. Wengi wetu hutaka kuona picha yote. Hatuwezi kujitoa katika imani mpaka hapo tutakapokuwa tumetambua ni namna gani tutakwenda kufanikisha matokeo. Tunapanga na kuhakiki mara mbili mbili tarakimu zetu ili kuwa na uhakika kwamba tunapata kile tunachohitaji kabla ya kujitoa nje. Wana wa Israel hawakuwa na huu upendeleo. Kwa kadri Mungu alivyowangoza kupita katika jangwa kwa njia ya nguzo ya wingu na moto, kila alichopata ni chakula kwa siku hiyo. Alimtegemea Mungu kwa ajili ya kesho. Mungu kwako ni wa hakika kwa kiasi gani?

Je, anahusika kwako na mahitaji yako? Je, anao uwezo wa kukutia nguvu, busara, kiasi, na rasilimali unazohitaji kwa ajili ya siku? Je, unaweza kumwamini kwa ajili ya mguvu unazozihitaji?

Imani haihusiki na kile ninachokifanya lakini kwa kile ambacho Mungu anaweza kufanya kupitia mazingira na majaribu ambayo yanaweza kuja. Tunajihisi kama tunahitaji kuwa na majibu yote. Mungu anatuita sisi kumwani yeye badala ya yeye kuwa na majibu. Tunajihisi kama tunahitaji kuwa na nguvu zote--Mungu anatutaka sisi kumsubiri yeye kwa ajili ya nguvu. Imani imetoa jicho lake nitafanyaje na kumwangalia Mungu kwa kile atakachofanya kwa mazingira yetu.

Wana wa Israel, Ktika kutoka 6, ilipungukiwa imani hii. Walinung'unika na kulalamika kwa sababu wahakuona kwa namna gani wanaweza kuona hali yao ikiwa hai. Wangekuwa sahihi kujihusisha kuhusu hili kama wangekuwa hawana Mungu. Hali halisi ilikuwa, hata hivyo, Mungu wa wanaIsrael hakuwa anawapenda. Kile kilichokuwa hakiwezkani kwa wana wa Israel kiliwezekana kwa Mungu. Kile wana wa Israel walikiona kama upuuzi, kilionekana kiko imara mbele ya akili za Mungu. Je, unaweza kumwamini Mungu kwa hali yako hata kama siyo ile uliyotegemea?

Kwa kufikiria:

- Kuna tofauti gani kati ya maisha ya kuridhika na naisha yenye malengo?

- Je, umewahi kuhisi kuondolewa kwa mwili wako kwenye malengo ya Mungu? Je, ni kwa kiasi gani mwili ni jaribu kwetu? Je, tunaweza kuuamini mwili na misismko yake?

- Je, Mungu anahusika kimsingi kuhusiana na kuridhika? Yeye anahusika na nini haswa?

- Ni kwa kiasi gani njia za Mungu ni tofauti na njia zetu? Je, njia hizi daima ni kitu cha busara kwenye akili za binadamu?

- Imani ni nini? Je, busara ya binadamu inatosha katika maisha haya? Ni kwa kiasi gani imani hutuchukua mahali ambapo busara haziwezi kufika?

Kwa maombi:

- Muulize Bwana akupe maisha yenye malengo, mwombe yeye akusaidie wewe kuwa na utashi wa kuvumilia majaribu na mapambano ya maisha haya kwa ajili yake na malengo yale.

- Muulize Mungu akupe neema ya kuishi maisha ya kujitolea na nidhamu. Muulize yeyeakuwezeshe kusalimisha hisia na matamanio yote ya mwili kwake na kwa malengo yake kama inavyopatikana katika neno la Mungu.

- Mshukuru Bwana kwamba njia zake ni tofauti na zetu, Muulize kwa ajili ya imani muhimu kwa kile anachokifanya hata kama hainamaana katika akili za kibinadamu.

- Mshukuru Bwana kwamba makusudi yake ni kwajili ya mema yetu.

www.ingramcontent.com/pod-product-compliance
Lightning Source LLC
Chambersburg PA
CBHW052126070526
44586CB00016B/2109